ਛੋਟਾ ਬੀਵਰ ਅਤੇ ਗੂੰਜ

ਲੇਖਕ: ਏਮੀ ਮੈਕਡੌਨਲਡ
ਚਿੱਤਰਕਾਰ: ਸੈਰਾ ਫੌਕਸ-ਡੇਵੀਜ਼

This edition published in 1996 by
Magi Publications
22 Manchester Street, London W1M 5PG

First published in Great Britain in 1990 by
Walker Books Ltd, London

Printed and bound in Italy

ISBN 1 85430 508 5

Little Beaver and The Echo

Written by Amy MacDonald
Illustrated by Sarah Fox-Davies
Translated by Jaspal Singh Grewal

Magi

ਛੋਟਾ ਬੀਵਰ ਇਕੱਲਾ ਹੀ ਇੱਕ ਤਲਾ ਦੇ ਕੰਢੇ ਨੇੜੇ ਰਹਿੰਦਾ ਸੀ। ਉਸਦਾ ਕੋਈ ਭਰਾ ਨਹੀਂ ਸੀ। ਉਸਦੀ ਕੋਈ ਭੈਣ ਨਹੀਂ ਸੀ। ਸਭ ਤੋਂ ਬੁਰੀ ਗੱਲ ਇਹ ਕਿ ਉਸਦਾ ਕੋਈ ਦੋਸਤ ਨਹੀਂ ਸੀ। ਇੱਕ ਦਿਨ ਤਲਾ ਦੇ ਕੰਢੇ ਤੇ ਬੈਠਾ ਉਹ ਰੋਣ ਲੱਗ ਪਿਆ। ਉਹ ਉੱਚੀ ਰੋਣ ਲੱਗ ਪਿਆ। ਫਿਰ ਉਹ ਉਸਤੋਂ ਵੀ ਉੱਚੀ ਰੋਣ ਲੱਗਾ।

Little Beaver lived all alone by the edge of a big pond.
He didn't have any brothers. He didn't have any sisters.
Worst of all, he didn't have any friends.
One day, sitting by the side of the pond, he began to cry.
He cried out loud. Then he cried out louder.

ਅਚਾਨਕ ਉਸਨੂੰ ਕੁਝ ਅਜੀਬ ਸੁਣਾਈ ਦਿੱਤਾ। ਤਲਾ ਦੇ ਦੂਸਰੇ ਪਾਸੇ ਕੋਈ ਹੋਰ ਵੀ ਰੋ ਰਿਹਾ ਸੀ। ਛੋਟੇ ਬੀਵਰ ਨੇ ਰੋਣਾ ਬੰਦ ਕੀਤਾ ਤੇ ਸੁਣਨ ਲੱਗਾ।
ਦੂਸਰੇ ਨੇ ਰੋਣਾ ਬੰਦ ਕਰ ਦਿੱਤਾ।
ਛੋਟਾ ਬੀਵਰ ਫਿਰ ਇਕੱਲਾ ਸੀ।
“ਬੂ...ਹੂ...,” ਊਸਨੇ ਕਿਹਾ।
“ਬੂ...ਹੂ...,” ਤਲਾ ਦੇ ਦੂਸਰੇ ਪਾਸੇ ਤੋਂ ਆਵਾਜ਼ ਆਈ।
“ਹੂ...ਹੂ...ਵਾਹ!” ਛੋਟੇ ਬੀਵਰ ਨੇ ਕਿਹਾ।
“ਹੂ...ਹੂ...ਵਾਹ!” ਤਲਾ ਦੇ ਦੂਸਰੇ ਪਾਸੇ ਤੋਂ ਆਵਾਜ਼ ਆਈ।

Suddenly he heard something very strange. On the other side of the pond, someone else was crying too.
Little Beaver stopped crying and listened.
The other crying stopped.
Little Beaver was alone again.
“Booo hooo,” he said.
“Booo hooo,” said the voice from across the pond.
“Huh-huh-waaah!” said Little Beaver.
“Huh-huh-waaah!” said the voice from across the pond.

ਛੋਟੇ ਬੀਵਰ ਨੇ ਰੋਣਾ ਬੰਦ ਕੀਤਾ। “ਹੈਲੋ!” ਉਸਨੇ ਕਿਹਾ।
“ਹੈਲੋ!” ਤਲਾ ਦੇ ਦੂਸਰੇ ਪਾਸੇ ਤੋਂ ਆਵਾਜ਼ ਆਈ।
“ਤੂੰ ਕਿਉਂ ਰੋ ਰਿਹਾ ਹੈਂ?” ਛੋਟੇ ਬੀਵਰ ਨੇ ਪੁੱਛਿਆ।
“ਤੂੰ ਕਿਉਂ ਰੋ ਰਿਹਾ ਹੈਂ?” ਤਲਾ ਦੇ ਦੂਸਰੇ ਪਾਸੇ ਤੋਂ ਆਵਾਜ਼ ਨੇ ਪੁੱਛਿਆ।
ਛੋਟੇ ਬੀਵਰ ਨੇ ਥੋੜੀ ਦੇਰ ਲਈ ਸੋਚਿਆ। “ਮੈਂ ਇਕੱਲਾ ਹਾਂ,” ਉਸਨੇ ਕਿਹਾ।
“ਮੈਨੂੰ ਇੱਕ ਦੋਸਤ ਦੀ ਲੋੜ ਹੈ।”
“ਮੈਂ ਇਕੱਲਾਂ ਹਾਂ,” ਤਲਾ ਦੇ ਦੂਸਰੇ ਪਾਸੇ ਤੋਂ ਆਵਾਜ਼ ਆਈ। “ਮੈਨੂੰ ਇੱਕ ਦੋਸਤ ਦੀ ਲੋੜ ਹੈ।”

Little Beaver stopped crying. “Hello!” he called.
“Hello!” said the voice from across the pond.
“Why are you crying?” asked Little Beaver.
“Why are you crying?” asked the voice from across the pond.
Little Beaver thought for a moment. “I’m lonely,” he said. “I need a friend.”
“I’m lonely,” said the voice from across the pond.
“I need a friend.”

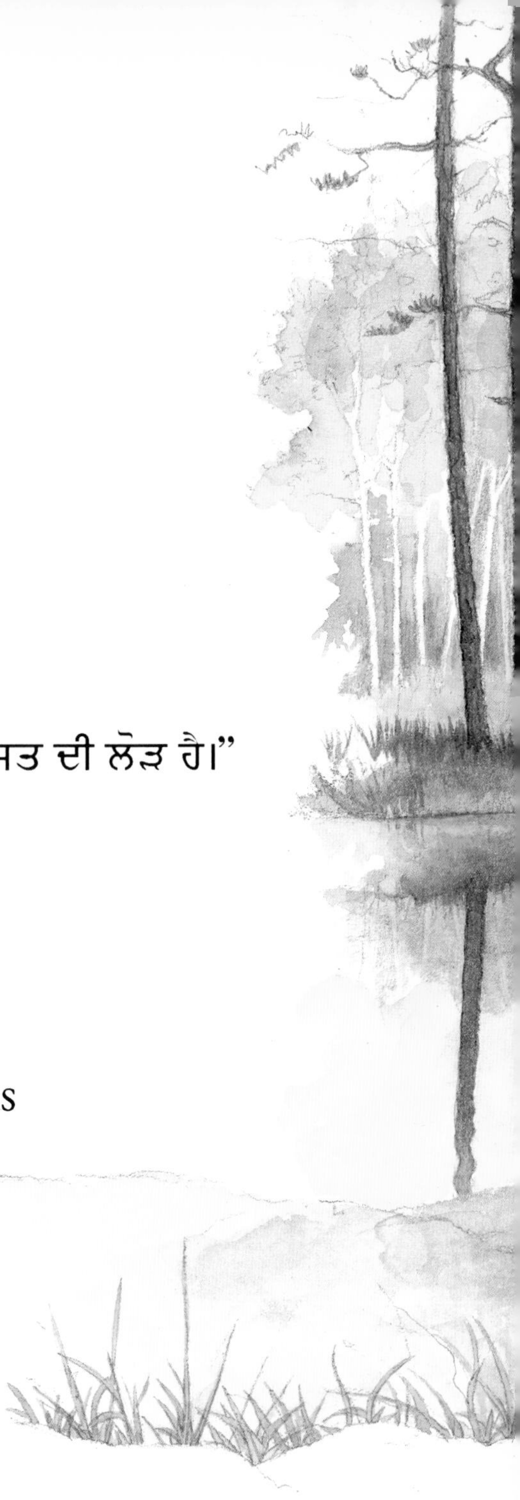

ਛੋਟੇ ਬੀਵਰ ਨੂੰ ਇਸਦਾ ਯਕੀਨ ਨਹੀਂ ਆਇਆ। ਤਲਾ ਦੇ ਦੂਸਰੇ ਪਾਸੇ ਵੀ ਕੋਈ ਰਹਿੰਦਾ ਸੀ ਜਿਹੜਾ ਉਦਾਸ ਸੀ ਤੇ ਉਸਨੂੰ ਦੋਸਤ ਚਾਹੀਦਾ ਸੀ।
ਉਹ ਆਪਣੀ ਕਿਸ਼ਤੀ ਵਿੱਚ ਬੈਠ ਕੇ ਉਸਨੂੰ ਲੱਭਣ ਲਈ ਚੱਲ ਪਿਆ।

Little Beaver couldn't believe it. On the other side of the pond lived somebody else who was sad and needed a friend.
He got right into his boat and set off to find him.

ਤਲਾ ਬਹੁਤ ਵੱਡਾ ਸੀ। ਉਹ ਚੱਪੂ ਤੇ ਚੱਪੂ ਮਾਰਦਾ ਰਿਹਾ। ਫਿਰ ਉਸਨੇ ਇੱਕ ਬੱਤਖ ਦੇਖੀ
ਜਿਹੜੀ ਆਪਣੇ ਆਪ ਚੱਕਰ ਕੱਢਦੀ ਤਰ ਰਹੀ ਸੀ।
"ਮੈਂ ਕਿਸੇ ਨੂੰ ਲੱਭ ਰਿਹਾ ਹਾਂ ਜਿਸਨੂੰ ਇੱਕ ਦੋਸਤ ਦੀ ਲੋੜ ਹੋਵੇ," ਛੋਟੇ ਬੀਵਰ ਨੇ ਕਿਹਾ।
"ਕੀ ਉਹ ਤੂੰ ਸੀ ਜੋ ਰੋ ਰਹੀ ਸੀ?"
"ਮੈਨੂੰ ਇੱਕ ਦੋਸਤ ਦੀ ਲੋੜ ਹੈ," ਬੱਤਖ ਨੇ ਕਿਹਾ। "ਪਰ ਉਹ ਮੈਂ ਨਹੀਂ ਸੀ ਜੋ ਰੋ ਰਹੀ ਸੀ।"
"ਮੈਂ ਤੇਰਾ ਦੋਸਤ ਬਣਾਂਗਾ," ਛੋਟੇ ਬੀਵਰ ਨੇ ਕਿਹਾ। "ਮੇਰੇ ਨਾਲ ਆ ਜਾ।"
ਫੇਰ ਬੱਤਖ ਕੁੱਦ ਕੇ ਕਿਸ਼ਤੀ ਵਿੱਚ ਬੈਠ ਗਈ।

It was a big pond. He paddled and paddled. Then he saw a young duck, swimming in circles all by himself.
"I'm looking for someone who needs a friend," said Little Beaver. "Was it *you* who was crying?"
"I do need a friend," said the duck. "But it wasn't me who was crying."
"I'll be your friend," said Little Beaver. "Come with me."
So the duck jumped into the boat.

ਉਹ ਚੱਪੂ ਮਾਰਦੇ ਚੱਲਦੇ ਗਏ। ਫਿਰ ਉਨ੍ਹਾਂ ਨੇ ਇੱਕ ਛੋਟਾ ਔਟਰ ਦੇਖਿਆ ਜਿਹੜਾ ਆਪਣੇ ਆਪ ਕੰਢੇ ਤੇ ਉਪੱਰ ਹੇਠਾਂ ਖਿਸਕ ਰਿਹਾ ਸੀ।
"ਅਸੀਂ ਕਿਸੇ ਨੂੰ ਲੱਭ ਰਹੇ ਹਾਂ ਜਿਸਨੂੰ ਇੱਕ ਦੋਸਤ ਦੀ ਲੋੜ ਹੋਵੇ," ਛੋਟੇ ਬੀਵਰ ਨੇ ਕਿਹਾ।
"ਕੀ ਉਹ ਤੂੰ ਸੀ ਜਿਹੜਾ ਰੋ ਰਿਹਾ ਸੀ?"
"ਮੈਨੂੰ ਇੱਕ ਦੋਸਤ ਦੀ ਲੋੜ ਹੈ," ਔਟਰ ਨੇ ਕਿਹਾ। "ਪਰ ਉਹ ਮੈਂ ਨਹੀਂ ਸੀ ਜੋ ਰੋ ਰਿਹਾ ਸੀ।"
"ਅਸੀਂ ਤੇਰੇ ਦੋਸਤ ਬਣਾਂਗੇ," ਛੋਟੇ ਬੀਵਰ ਅਤੇ ਬਤੱਖ ਨੇ ਕਿਹਾ। "ਸਾਡੇ ਨਾਲ ਚੱਲ।"
ਫਿਰ ਔਟਰ ਕੁੱਦ ਕੇ ਕਿਸ਼ਤੀ ਵਿੱਚ ਬੈਠ ਗਿਆ।

They paddled and paddled. Then they saw a young otter, sliding up and down the bank all by himself.
"We're looking for someone who needs a friend," said Little Beaver. "Was it *you* who was crying?"
"I do need a friend," said the otter. "But it wasn't me who was crying."
"We'll be your friends," said Little Beaver and the duck. "Come with us."
So the otter jumped into the boat.

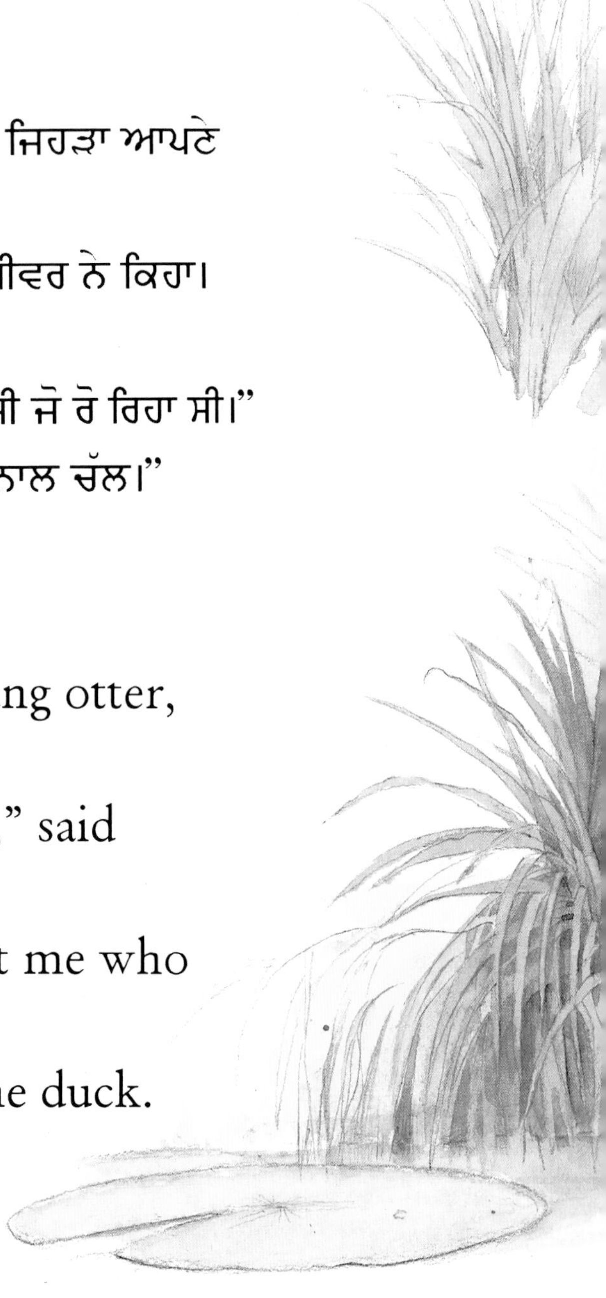

ਉਹ ਚੱਪੂ ਮਾਰਦੇ ਚੱਲਦੇ ਗਏ। ਫਿਰ ਉਨ੍ਹਾਂ ਨੇ ਇੱਕ ਛੋਟਾ ਕੱਛੂ ਦੇਖਿਆ ਜਿਹੜਾ ਇਕੱਲਾ ਪੱਥਰ ਉੱਪਰ ਬੈਠਾ ਧੁੱਪ ਸੇਕ ਰਿਹਾ ਸੀ।
"ਅਸੀਂ ਕਿਸੇ ਨੂੰ ਲੱਭ ਰਹੇ ਹਾਂ ਜਿਸ ਨੂੰ ਇੱਕ ਦੋਸਤ ਦੀ ਲੋੜ ਹੋਵੇ," ਛੋਟੇ ਬੀਵਰ ਨੇ ਕਿਹਾ। "ਕੀ ਉਹ ਤੂੰ ਸੀ ਜਿਹੜਾ ਰੋ ਰਿਹਾ ਸੀ?"
"ਮੈਨੂੰ ਇੱਕ ਦੋਸਤ ਦੀ ਲੋੜ ਹੈ," ਕੱਛੂ ਨੇ ਕਿਹਾ। "ਪਰ ਉਹ ਮੈਂ ਨਹੀਂ ਸੀ ਜੋ ਰੋ ਰਿਹਾ ਸੀ।"
"ਅਸੀਂ ਤੇਰੇ ਦੋਸਤ ਬਣਾਂਗੇ," ਛੋਟੇ ਬੀਵਰ ਅਤੇ ਬਤੱਖ ਅਤੇ ਔਟਰ ਨੇ ਕਿਹਾ।
"ਸਾਡੇ ਨਾਲ ਚੱਲ।"

They paddled and paddled. Then they saw a young turtle, sunning himself all alone on a rock.
"We're looking for someone who needs a friend," said Little Beaver. "Was it *you* who was crying?"
"I do need a friend," said the turtle. "But it wasn't me who was crying."
"We'll be your friends," said Little Beaver and the duck and the otter. "Come with us."

ਫਿਰ ਕੱਛੂ ਕੁੱਦ ਕੇ ਕਿਸ਼ਤੀ ਵਿੱਚ ਬੈਠ ਗਿਆ ਅਤੇ ਫਿਰ ਉਹ ਚੁੱਪੂ ਮਾਰਦੇ ਚੱਲਦੇ ਗਏ ਜਦੋਂ ਤੱਕ ਉਹ ਤਲਾ ਦੇ ਕੰਢੇ ਤੱਕ ਨਾ ਪਹੁੰਚ ਗਏ। ਇੱਥੇ ਇੱਕ ਸਿਆਣਾ ਬੁੱਢਾ ਬੀਵਰ ਇਕੱਲਾ ਮਿੱਟੀ ਦੇ ਘਰ ਵਿੱਚ ਰਹਿੰਦਾ ਸੀ। ਛੋਟੇ ਬੀਵਰ ਨੇ ਉਸਨੂੰ ਦੱਸਿਆ ਕਿ ਕਿਵੇਂ ਉਹ ਤਲਾ ਦੇ ਆਲੇ ਦੁਆਲੇ ਚੱਪੂ ਮਾਰਦੇ ਫਿਰਦੇ ਰਹੇ ਇਹ ਲੱਭਣ ਲਈ ਕਿ ਕੌਣ ਰੋ ਰਿਹਾ ਸੀ। “ਉਹ ਬਤੱਖ ਨਹੀਂ ਸੀ,” ਉਸਨੇ ਕਿਹਾ। “ਉਹ ਔਟਰ ਨਹੀਂ ਸੀ। ਅਤੇ ਉਹ ਕੱਛੂ ਨਹੀਂ ਸੀ। ਉਹ ਕੌਣ ਸੀ?”

So the turtle jumped into the boat, and they paddled and paddled until they came to the end of the pond. Here lived a wise old beaver, in a mud house, all alone. Little Beaver told him how they had paddled all around the pond, to find out who was crying. “It wasn’t the duck,” he said. “It wasn’t the otter. And it wasn’t the turtle. Who was it?”

"ਉਹ ਗੂੰਜ ਸੀ," ਸਿਆਣੇ ਬੁੱਢੇ ਬੀਵਰ ਨੇ ਕਿਹਾ।
"ਉਹ ਕਿੱਥੇ ਰਹਿੰਦੀ ਹੈ?" ਛੋਟੇ ਬੀਵਰ ਨੇ ਪੁੱਛਿਆ।
"ਤਲਾ ਦੇ ਦੂਸਰੇ ਕੰਢੇ ਉਪਰ," ਸਿਆਣੇ ਬੁੱਢੇ ਬੀਵਰ ਨੇ ਕਿਹਾ। "ਬੇਸ਼ੱਕ ਤੁਸੀਂ ਕਿਤੇ ਵੀ ਹੋਵੋ, ਗੂੰਜ ਹਮੇਸ਼ਾ ਤੁਹਾਡੇ ਤੋਂ ਤਲਾ ਦੇ ਦੂਸਰੇ ਕੰਢੇ ਤੇ ਹੀ ਹੁੰਦੀ ਹੈ।"
"ਉਹ ਰੋ ਕਿਉਂ ਰਿਹਾ ਹੈ?" ਛੋਟੇ ਬੀਵਰ ਨੇ ਕਿਹਾ।
"ਜਦੋਂ ਤੁਸੀਂ ਉਦਾਸ ਹੁੰਦੇ ਹੋ, ਗੂੰਜ ਉਦਾਸ ਹੁੰਦੀ ਹੈ," ਸਿਆਣੇ ਬੁੱਢੇ ਬੀਵਰ ਨੇ ਕਿਹਾ।
"ਜਦੋਂ ਤੁਸੀਂ ਖ਼ੁਸ਼ ਹੁੰਦੇ ਹੋ, ਗੂੰਜ ਵੀ ਖ਼ੁਸ਼ ਹੁੰਦੀ ਹੈ।"

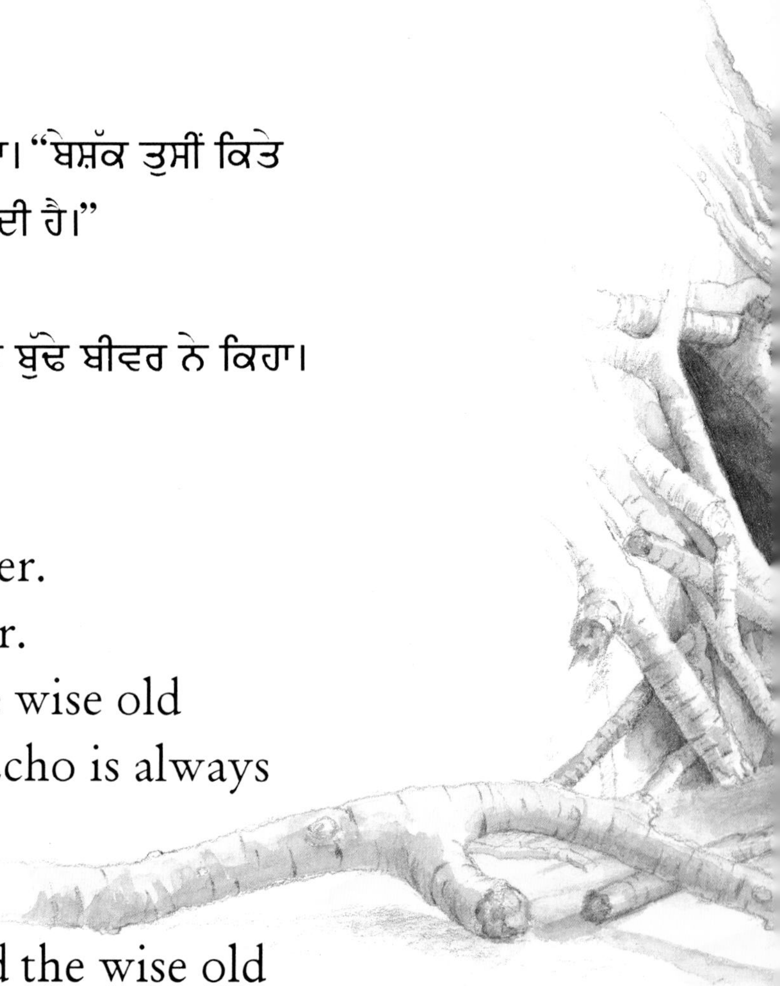

"It was the Echo," said the wise old beaver.
"Where does he live?" asked Little Beaver.
"On the other side of the pond," said the wise old beaver. "No matter where you are, the Echo is always across the pond from you."
"Why is he crying?" said Little Beaver.
"When you are sad, the Echo is sad," said the wise old beaver. "When you are happy, the Echo is happy too."

“ਪਰ ਮੈਂ ਉਸ ਨੂੰ ਕਿਵੇਂ ਲੱਭਾਂ ਅਤੇ ਉਸਦਾ ਦੋਸਤ ਬਣਾਂ?” ਛੋਟੇ ਬੀਵਰ ਨੇ ਪੁੱਛਿਆ।
“ਉਸਦਾ ਕੋਈ ਦੋਸਤ ਨਹੀਂ ਹੈ, ਅਤੇ ਨਾ ਹੀ ਕੋਈ ਮੇਰਾ ਹੈ।”

“But how can I find him and be his friend?” asked Little Beaver. “He doesn’t have any friends, and neither do I.”

“ਮੇਰੇ ਤੋਂ ਬਿਨਾ,” ਬੱਤਖ ਨੇ ਕਿਹਾ।
“ਅਤੇ ਮੈਂ,” ਔੱਟਰ ਨੇ ਕਿਹਾ
“ਅਤੇ ਮੈਂ,” ਕੱਛੂ ਨੇ ਕਿਹਾ

“Except for me,” said the duck.
“And me,” said the otter.
“And me,” said the turtle.

ਛੋਟੇ ਬੀਵਰ ਨੇ ਹੈਰਾਨੀ ਨਾਲ ਦੇਖਿਆ। “ਹਾਂ,” ਉਸਨੇ ਕਿਹਾ। “ਮੇਰੇ ਹੁਣ ਬਹੁਤ ਦੋਸਤ ਹਨ!”
ਅਤੇ ਉਹ ਇੰਨ੍ਹਾਂ ਖ਼ੁਸ਼ ਸੀ ਕਿ ਊਸਨੇ ਬਹੁਤ ਉੱਚੀ ਫਿਰ ਦੁਬਾਰਾ ਕਿਹਾ:
“ਮੇਰੇ ਹੁਣ ਬਹੁਤ ਦੋਸਤ ਹਨ!”
ਤਲਾ ਦੇ ਦੂਸਰੇ ਕੰਢੇ ਤੋਂ ਆਵਾਜ਼ ਨੇ ਜਵਾਬ ਦਿੱਤਾ:
“ਮੇਰੇ ਹੁਣ ਬਹੁਤ ਦੋਸਤ ਹਨ!”

Little Beaver looked surprised.
“Yes,” he said, “I have lots of friends now!” And he was so happy that he said it again, very loudly:
“I have lots of friends now!”
From across the pond, a voice answered him:
“I have lots of friends now!”

"ਤੂੰ ਦੇਖਿਆ?" ਸਿਆਣੇ ਬੁੱਢੇ ਬੀਵਰ ਨੇ ਕਿਹਾ। "ਜਦੋ ਤੁਸੀਂ ਖ਼ੁਸ਼ ਹੁੰਦੇ ਹੋ, ਗੂੰਜ ਵੀ ਖ਼ੁਸ਼ ਹੁੰਦੀ ਹੈ। ਜਦੋਂ ਤੁਹਾਡੇ ਕੋਲ ਦੋਸਤ ਹੁੰਦੇ ਹਨ, ਉਸ ਦੇ ਕੋਲ ਵੀ ਦੋਸਤ ਹੁੰਦੇ ਹਨ।"

"ਆ ਹਾ।" ਛੋਟੇ ਬੀਵਰ ਅਤੇ ਬੱਤਖ ਅਤੇ ਔਟਰ ਅਤੇ ਕੱਛੂ ਸਾਰੇ ਇੱਕਠੇ ਉੱਚੀ ਆਵਾਜ਼ ਵਿੱਚ ਚੀਕੇ।

ਅਤੇ ਗੂੰਜ ਨੇ ਵਾਪਸ ਉਨ੍ਹਾਂ ਨੂੰ ਉੱਚੀ ਆਵਾਜ਼ ਵਿੱਚ ਕਿਹਾ: "ਆ ਹਾ!"

"You see?" said the wise old beaver. "When you're happy, the Echo is happy. When you have friends, he has friends too."

"Hooray!" shouted Little Beaver and the duck and the otter and the turtle, all together.

And the Echo shouted back to them: "Hooray!"

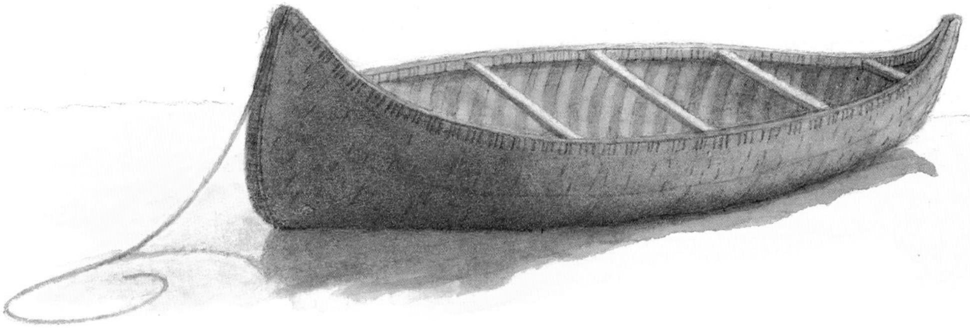